Ang Lucas Journaling Method
Isang gabay sa pag-usad sa pamamagitan ng journaling

Translated to Filipino from the English version of

The Lucas Journaling Method

Samantha Gail B. Lucas

Ukiyoto Publishing

Ang lahat ng global na karapatan sa paglilimbag ay hawak ng

Ukiyoto Publishing

Inilimbag noong 2023

Kopyang Pangkarapatan sa Nilalaman © Samantha Gail B. Lucas

ISBN 9789360164898

Lahat ng karapatan ay nakalaan.

Walang bahagi ng publikasyong ito ang maaaring mangopya, maipasa, o maisilid sa anumang sistema ng paghahanap, sa anumang anyo o pamamaraan, elektroniko, mekanikal, pagkokopya sa pamamagitan ng photocopy, pagrerekord o anumang iba pa, nang walang pahintulot ng tagapaglathala.

Ang moral na karapatan ng may-akda ay ipinahayag.

Ang aklat na ito ay ibinebenta sa ilalim ng kondisyong hindi ito ipagbibili, ipapahiram, ipaparenta, o ipapalaganap sa anumang ibang anyo o pabalat maliban sa inilimbag nito, nang walang pahintulot ng tagapaglathala.

www.ukiyoto.com

Pasasalamat

Nais kong pasalamatan ang aking ina, Cheryl, at ang aking yumaong ama, Mario, sa kanilang pag-iinvest sa aking edukasyon at sa kanilang pagsuporta upang sundan ko ang aking mga pangarap.

Nais ko rin pasalamatan ang aking kasintahan, Miguel Lopez, sa patuloy na pagsuporta at pagsisiguro sa akin.

Nais ko rin pasalamatan ang lahat ng sumuporta sa akin at sa aking mga aklat. Salamat din sa pagbili ng isang kopya ng aklat na ito! Sana'y ang inyong kabaitan ay bumalik sa inyo ng sampung beses ngayon.

Nilalaman

Pagsisimula	1
Ang Sining ng Pagbabalanse ng Paningin	4
Ang Pasulong na Pana	7
Ang Paatras na Pana	10
Ang Dobleng Pana	13
Paano Bawasan ang Iyong Mga Pana	16
Paano Piliin ang Iyong mga Labanan	19
Paano Mabuhay Kasama ang Iyong Mga Dobleng Pana	23
Paano Tumigil Magpahalaga sa Kung Ano ang Iniisip ng Iba	26
Paano Alisin ang mga Toxic na Tao	29
Paano Piliin ang Sarili	32
Paano Patawarin ang Sarili	35
Paano Magpatibay sa Iyong Mga Paggalang	38
Paano Maniwala sa Sarili	41
Paano Bigyang-pansin ang Pag-usad Palayo	44
Paano Isulat ang Iyong Pangarap na Magkatotoo	47
Paano Mag-Journal na may Layunin	51
Paano Mabuhay na Kasama ang Iyong Mga Backward Pana	54
Paano Baguhin ang Iyong Direksyon sa Pamamagitan ng Journaling	57
Paano Manalo at Patuloy na Umuusad	60
Tungkol sa May-Akda	62

Pagsisimula

Isinulat ko ang aklat na ito upang malutas ang isang personal na suliranin. Sa loob ng ilang taon, aktibo akong nagjo-journal at ang praktikang ito ay nakatulong sa akin sa pagsusulat ng aking mga aklat. Natutuhan ko rin kung paano harapin ang aking mga personal na isyu sa pamamagitan ng journaling. Sa isa sa aking mga sesyon ng journaling, natuklasan ko na maaari kong malikha ang isang analogong sistema upang mapadali ang pag-aayos ng mga tagumpay, mga problema, at mga pangyayari na maaaring positibo o negatibo. Ito ay tila nakakapukaw ng aking interes, kaya't pinag-isipan ko ito sa loob ng ilang araw.

Bago ko ipagpatuloy, payagan ninyo akong ipakilala ang aking sarili sa inyo. Ako ay si Samantha Lucas, isang nai-publish na may-akda na nakabase sa Quezon City, Pilipinas. Ang aking pinag-aralan ay sa larangan ng pananalapi at pagsusulat, ngunit ako ay produkto ng isang Unibersidad na mayroong malawak na pag-aaral. Nakatuon ako sa mga Araling Pangkatawan sa kolehiyo dahil nais kong matuto hinggil sa Literatura at Kasaysayan, pati na rin sa iba pang mga paksa tulad ng Pilosopiya. Lubos kong natamasa ang pagsusulat, at ito ay isang kasanayan na inaakala kong maaring mapabuti sa pamamagitan ng patuloy na pakikipag-ugnayan sa mga pinakamahusay na aklat at sining. Nagpapasalamat ako sa aking pinagmulang ito dahil ito ay naghanda sa akin para sa isang produktibong karera. Simula sa pagtatrabaho sa bangko at pananalapi, ako ay pumili na lamang na magtrabaho sa pagsusulat sa buong oras. Sa panahon ng pandemya, sinubukan ko ang mga oportunidad sa pagsusulat, at ito ay mas pinalawak pa sa pamamagitan ng journaling.

Natuklasan ko ang journaling sa pamamagitan ng isang webinar, at ito ay naging isang araw-araw na gawain na naitatag ko sa pamamagitan ng pang-araw-araw na pagsasanay. Sa huli, isinulat ko ang manuskrito para sa aking unang aklat, ang "Speak Blog Live," sa aking journal. Ito ay inilimbag noong Oktubre 2021, at ang iba ay kasaysayan na. Sa ngayon, mayroon na akong labing-tatlong aklat, at mayroon akong isang matagumpay na karera bilang isang nai-publish na may-akda.

Nagpapasalamat ako sa pagkakataon na gamitin ang aking kasanayan sa pagsusulat upang makalikha ng mga aklat na ibinebenta sa buong mundo. Matapos kong tukuyin ang mga paksa tulad ng pagtulong sa sarili at pagtatatag ng mga hangganan, nagpasiya akong panahon na upang ibahagi ang sistema ng journaling na aking binuo. Gumana ito sa akin, at personal kong alam na makakatulong rin ito sa ibang mga tao sa pagharap sa buhay at kanilang sariling mga hamon. Pagkatapos ng ilang araw ng pagpaplano at pag-uulat, nagpasiya akong ituloy ang pagsusulat ng aking sariling journaling method, na tinawag kong "The Lucas Journaling Method."

Sa pamamaraang ito, gumagamit ako ng mga pana upang kumatawan sa mga tagumpay, mga hadlang, at mga pangyayari na maaaring positibo o negatibo, na tinatawag kong " dobleng pana." Nais kong linawin na ang aking paggamit ng mga pana ay hindi sa kahulugang matematikal. Sa halip, ginamit ko ang mga pana upang gawing mas madaling maunawaan at diretsahin ang mga journal entry para sa mas maraming indibidwal. Ikinagagalak akong ibahagi ang pamamaraang ito sa lahat dahil binabawasan nito ang pagkadaldal ng journaling at ginagawang mas madali ang pagiging isang habit dahil sa kahusayan ng mga pana. Sa wakas, masaya akong gumamit ng pamamaraang ito. Alam kong kung ang isang bagay ay masaya at nakakaakit, mas madali itong maipatupad sa pang-araw-araw na buhay.

Inaasahan kong ang Lucas Journaling Method o LJMethod ay makatutulong sa mas maraming tao sa pagbubuo at pagpapabuti ng kanilang mga kaisipan at buhay. Binago nito ang aking buhay. Alam ko na maaaring mapabuti rin nito ang buhay ng ibang mga tao. Nais kong ang LJMethod ay magpapadali ng journaling upang mas maraming tao ang makapagpatuloy sa pag-abante.

Ang Sining ng Pagbabalanse ng Paningin

Ako'y naniniwala na ang pinakakatakutang bahagi ng journaling ay ang blankong pahina. Ang pagmumuni-muni sa kawalan ay nakakatakot, lalo na kapag hindi mo alam kung ano ang isusulat. Ang blankong pahina ang nag-inspire sa akin upang likhain ang sining ng visual na pagbabalanse, na siyang pangunahing prinsipyo ng Lucas Journaling Method. Naniniwala ako na kung gagamitin natin ang mga pana upang kumatawan sa ating mga damdamin, madali nating malalampasan ang takot sa blankong pahina. Ang journaling ay magiging madali na gawain.

Ginagamit ko ang terminong "pagbabalanse" sapagkat naniniwala ako na kung nakikita natin ang isang simbolo ng kaayusan sa ating journal, mas mababawasan ang bigat ng ating mga emosyon. Ang sistemang ito ay nag-work para sa akin, kaya't labis akong natutuwa na ibahagi ito sa inyo. Sa simula, kailangan mong magsimula sa isang pana. Ang isang pasulong na pana → ay kumakatawan sa iyong mga tagumpay, masayang mga kaisipan, at mga kaligayahan. Ang isang palusob na pana ← ay kumakatawan sa iyong mga kabiguan, malungkot na mga kaisipan, at mga alalahanin. Ang isang dobleng pana ↔ ay kumakatawan sa isang kaisipan o damdamin na maaaring maging parehong positibo at negatibo. Ang mga pana na ito ay susundan ng pagsasalarawan tungkol sa kung ano ang nararamdaman o emosyon na iyon. Halimbawa, sinulat ko:

→ *Nakapagsulat ako ng isang kabanata ng aking manuskrito ngayon. Nakakapanabik na magsulat ng isang aklat muli. Nakalimutan ko kung gaano nakakatuwa na organisahin ang aking mga kaisipan at lumikha ng isang aklat.*

← *Hindi ako naramdamang mag-ehersisyo ng umaga, kaya't inilipat ko ang aking cardio routine pagkatapos ng tanghalian.*

↔ *Ang aking ehersisyo ay nakakapagod. Nakakaramdam din ako ng kasiyahan dahil nag-kickboxing ako ngayon. Ito ay nagpaparamdam sa akin ng kalayaan.*

Makikita mo sa aking halimbawa na hindi ako sumulat ng mahahabang paliwanag tungkol sa aking mga damdamin. Iyon ay okay, lalo na kapag baguhan ka pa lang sa journaling. Ang mahalaga ay gawin ang journaling bilang isang habit. Ang habit ay mai-eestablish lamang kung nakikita mo ang halaga ng iyong ginagawa. Ang iyong ginagawa ay magiging mahalaga kung nakakakuha ka ng kasiyahan at benepisyo mula sa praktikang ito. Kung nakaramdam ka ng ginhawa matapos mag-journal, magkakaroon ka ng araw-araw na habit ng pagsusulat na iyong sasayahin at pahahalagahan.

Binansag ko ang sistemang ito bilang visual balancing dahil nais kong magkaroon ng isang forward pana para sa bawat backward pana. Syempre, alam natin na hindi ito palaging posible. Gayunpaman, maari tayong laging mag-isip ng mga maliliit na tagumpay na maaring magpabuti sa pahina. Maari rin nating isipin ang mga dobleng pana na kumakatawan sa mga pangyayari na maaring nakakapagod, ngunit nakakapagbigay-kasiyahan sa huli. Ang mahalaga ay malaman na hindi lamang ang mga negatibong karanasan ang bumubuo ng ating mga araw. Mayroon pa rin tayong maraming positibong karanasan sa buhay na ito.

Tandaan, ang iyong layunin ay magkaroon ng araw-araw na habit ng pagsusulat sa journal. Magsimula sa sining ng visual balancing. Isulat ang iyong mga karanasan at kaisipan, at kumatawan ito gamit ang mga pana. Isulat ang mas maraming mga kaisipan habang nagpapatuloy ka sa iyong paglalakbay. Ang pinakamahalaga ay magsulat ka lamang. Sa huli, mapapansin mo na hindi gaanong nakakatakot ang blankong pahina.

Ang blankong pahina ay maaaring maging iyong kaibigan sa pamamagitan ng sining ng visual balancing.

Ang Pasulong na Pana

Yamang mayroon ka nang ideya kung tungkol saan ang visual balancing, ipapaliwanag ko sa iyo ang ibig sabihin ng pasulong na pana. Sa Lucas Journaling Method o LJMethod, ang pasulong na pana → ay isang visual na senyales para sa isang bagay na positibo, masaya, o kasiya-siya. Dapat itong magbigay-sigla sa iyo upang isulat ito, at nagbibigay sa iyo ng pakiramdam na umaasenso. Narito ang ilang halimbawa ng mga pagsusulat na may pasulong na pana sa aking journal:

→ *Nakatanggap ako ng mga kopya ng aklat na isinulat ko ngayong umaga. Bagaman ang mga ebooks ang uso ngayon, mayroon pa rin kahiwagaan sa paghawak ng isang pisikal na kopya ng isang bagay na aking pinaghirapan.*

→ *Natapos ko ang isang online course ngayon. Bagaman hindi ito kaugnay ng aking trabaho bilang isang nai-published na may-akda, nakakahanap ako ng halaga sa pag-aaral ng mga bagong kasanayan dahil ito ay nagpapadama sa akin ng kabataan at kakayahang mag-adjust.*

→ *Gumising ako nang mas maaga kaysa sa karaniwan ngayong araw. Ito ay nagbigay-daan sa akin na magsulat kaagad sa umaga habang natutulog pa ang lahat ng iba.*

Tulad ng makikita mo, ang mga pagsasalin ko na may pasulong na pana ay simpleng at tuwiran. Naniniwala ako na ang mga maliliit na tagumpay ay nagdaragdag ng halaga kapag pinagsama-sama. Huwag mong balewalain ang kapangyarihan ng mga maliliit na tagumpay. Sa mundo ngayon na mabilis ang takbo, mas maganda na pagtuunan ng pansin ang mga bagay at pangyayari na nagpapahalaga sa atin at nagbibigay ng kaligayahan at kasiyahan. Walang mas nakapapaganda sa mga ito kundi ang pagkakatawan sa kanila gamit ang isang pasulong na pana. Ito ay nagpapakita ng kilos patungo sa tamang direksyon. Tumutulong ito sa iyo na makita na kailangan mong magpatuloy sa pag-asa kahit na sa ilang araw, mas marami ang mga pasulong na pana kaysa sa mga paatras na pana.

Naisip ko na gamitin ang mga pasulong na pana upang kumakatawan sa kaligayahan dahil patuloy akong gumagalaw kapag ako'y masaya. Inaaliw ako sa pag-eexercise, kaya ito'y lalo na totoo kapag ako ay enerhiyado at handang harapin ang araw. Habang isinusulat ko ang aking mga tagumpay sa tabi ng mga pasulong na pana sa aking journal, naaalala ko ang enerhiyang ginugugol ko upang matupad ang aking mga layunin. Naaalala ko kung paano ko binago ang takbo ng aking araw sa pamamagitan ng pagtingin sa isang paatras na pana bilang isang pagkakataon upang mapabuti ang aking araw. Kumuha ako ng aksyon sa aking sariling paglalakbay dahil tinuruan ako ng visual balancing na isipin ang aking mga damdamin at emosyon bilang mga pana na maaaring magbago ng direksyon batay sa aking mga hakbang patungo sa mga ito.

Ang kagandahan ng mga pasulong na pana ay ito'y nagpapalakas ng pag-iisip patungo sa hinaharap. Hindi ka mananatiling malungkot dahil sa iyong hilig na baguhin ang iyong direksyon at pagpapakita nito sa iyong journal. Alam mo na mayroon kang kapangyarihan at pagpili kung paano ikaw ay maglalakbay sa iyong araw. At sa mga pagkakataon na hindi mo kontrolado ang iyong araw, alam mo na mayroon kang kontrol sa iyong reaksyon at sa direksyon na iyong tatahakin sa dulo ng lahat.

Kapag sanay ka nang kumakatawan ng iyong mga tagumpay gamit ang mga pasulong na pana, matututunan mong okay lang na magpatuloy sa pag-asa kahit na ang mga taong nasa paligid mo ay nagdudulot ng pagbagsak sa iyo. Makikita mo na ikaw rin ay isang pasulong na pana, dahil patuloy kang gumagalaw papunta sa iyong mga target sa buhay. Kakayanin mong maging isang pasulong na pana na nagtatagumpay sa buhay kahit na may mga paatras na pana sa daan. Ang mga ito ay mga hamon na maaring baligtarin.

Ang pagbabago ng iyong direksyon ay posible dahil patuloy kang umausad sa mundong ito sa kasalukuyang panahon at sa iyong pananaw.

Ang Paatras na Pana

Alam nating ang buhay ay hindi perpekto. Halimbawa, ako ay nakaranas ng maraming kabiguan na malaki ang epekto at impluwensiya sa aking buhay. Gayunpaman, hindi ko pinabayaang ang mga pangyayaring ito ay hadlang at pumangilabot sa akin. Sa halip, bumuo ako ng paraan upang mai-representa sila sa visual upang makilala at mas malalim na maipaliwanag. Pinili kong kumatawan sa mga pagkabigo at malungkot na pangyayari sa pamamagitan ng paatras na pana.

Sa Lucas Journaling Method o LJMethod, ipinapakita ng paatras na pana ang direksyon na kinukuha ng iyong mga damdamin kapag ikaw ay nagdaranas ng kalungkutan, pagkabigo, sakit, at pagkadapa. Ito rin ay maaaring kumakatawan sa mga pagkakabangga at hamon. Anuman ang nagpaparamdam sa iyo ng bigat ay maaring mai-representa gamit ang paatras na pana. Halimbawa, narito ang ilan sa aking mga pagsusulat sa journal na may simbolong ito:

← *Ngayon, may isang tao na nagtroll sa akin sa social media. Pinili kong hindi pansinin ang taong iyon dahil hindi niya ako personal na kilala. Dapat ko'y mas maalam.*

← *Hindi ako natanggap sa isang kumperensiya na gustong kong dumalo. Pinaalalahanan ko ang aking sarili na ito lamang ay isang pangyayari at may iba pang mga kaganapan sa hinaharap na ako'y tatanggapin.*

← *Isang dating kaibigan ang nag-iwan ng masasakit na komento sa isa sa aking mga post. Tinanggihan kong makisangkot at nagpasiya akong burahin ang kanyang komento. Siya'y aking permanenteng binlock rin.*

Kung mapapansin mo kung paano ko ginagawa ang mga pagsusulat ko sa journal, makikita mo na ako ay isang taong may solusyon sa isipan. Ang aking paraan ay palaging humanap ng paraan upang malunasan ang mga problema. Maaring ito ay simple, ngunit nagkaroon ito ng epekto sa buong buhay ko. Ngayon na ako ay isang nai-publish na may-akda, ako ay natatanggap ng mga hindi kaaya-ayang komento mula sa iba't ibang tao, maging sa mga hindi kilala o sa mga kilala ko. Noong una, nasasaktan at napipikon ako tuwing may mga masasakit na komento, ngunit natutunan kong hindi sila nagnanais ng pinakamabuti para sa akin. Sa halip na makipag-ugnayan sa kanila, tinatanggal ko na lamang ang kanilang mga komento at nagpapatuloy sa aking araw. Kung ang mga komento ay mula sa mga kilala ko, sinusubukan ko na lamang silang i-block. Hindi ko kayang palugdan ang lahat, at naniniwala ako sa aking mga halaga, prinsipyo, katotohanan, at gawa. Ang mga taong nais lamang akong mapabagsak ay wala sa lugar sa aking buhay. Ang kanilang mga salita ay lamang mga pahayag na hindi umaabot sa akin, sapagkat katulad ng mga paatras na pana na kumakatawan sa kanila, sila'y lumilisan lamang mula sa akin.

Ang susi sa visual na pagbabalanse ng mga paatras at pasulong na pana ay ang paghanap ng mga positibong aspeto sa gitna ng mga negatibong pangyayari sa buhay. Halimbawa, kadalasan isinusulat ko ang isang pasulong na pana at ipinaliliwanag ang isang masayang pangyayari na naganap sa akin matapos ko maipaliwanag ang isang solusyon sa isang paatras na pana. Natutunan ko rin na ang mga pagsusulat na may paatras na pana ay maaaring ulit-ulitin sa loob ng mga araw, linggo, at kahit na buwan. Halimbawa, mayroon akong paulit-ulit na problema sa nakaraan na sa wakas ay natugunan. Sa loob ng mga taon, isinulat ko ito sa tabi ng isang paatras na pana. Noong ako'y nakapagtagumpay sa paglutas nito, natanto ko sa pamamagitan ng aking mga nakaraang pagsusulat na lagi kong sinosolusyunan ito sa pamamagitan ng aking mga pagsusulat na may pasulong na pana. Ito ang dahilan kung bakit naniniwala ako na ang visual na pagbabalanse gamit ang mga pana ay higit pa sa simpleng pagsasapantaha sa sining ng pagsusulat. Ito rin ay tungkol sa paglutas ng mga problema, na maaring humantong sa isang mas maganda at mas madali na buhay.

Ako'y umaasa na ang LJMethod ay makatutulong sa iyo na baguhin ang iyong pananaw sa pamamagitan ng mga paatras na pana na kumakatawan sa iyong pansamantalang mga pagsubok.

Ang Dobleng Pana

Mayroong isang bagay na tapat at nakapagpapakumbaba tungkol sa mga sandali sa buhay na magkakasabay na masaya at malungkot. Aking naranasan ang mga sandaling ito noong aking huling paghihiwalay sa aking dating kasintahan. Hindi siya suportado sa aking propesyon, kaya natagumpay kong makamit ang paghihiwalay na may dangal. Natanto ko na ang mga aral na natutunan ko mula sa pagkakahiwalay na iyon ay maaaring makatulong din sa ibang tao, kaya isinulat ko ang aking aklat na Breaking Up Forward noong 2022. Ang aklat na ito ay naging posible sa pamamagitan ng mga sesyon ko sa pagsusulat ng journal sa gitna ng aking pagkabigo, na isinasalarawan ng mga dobleng pana.

Ang mga dobleng pana ↔ sa konteksto ng Lucas Journaling Method o LJMethod ay kumakatawan sa mga pangyayari, insidente, mga milestone, at mga pangyayari na magkasabay na mabuti at masama, masaya at malungkot. Babalikan ko ang aking halimbawa, na ang paghihiwalay na siyang naging paksa ng aking aklat, nagawa kong talakayin ang aking paghihiwalay gamit ang mga dobleng pana. Narito ang ilan sa aking mga pagsusulat sa journal noon:

↔ *Sa wakas, malaya na ako mula sa aking dating kasosyo. Malungkot ako dahil may magagandang alaala kami together.*

Gayunpaman, masigasig din ako na magpatuloy dahil hindi niya sinuportahan ang aking karera.

↔ *Nasaktan ako, ngunit nasisiyahan ako na muling ma-enjoy ang aking sariling kumpanya.*

↔ *Miss ko ang batiin ang isang tao ng "magandang umaga" araw-araw. Gayunpaman, masaya rin ako na hindi ko na kailangang batiin ang isang tao na palaging nagpaparamdam sa akin ng kababaan.*

↔ *Miss ko ang araw-araw na pag-uusap sa kanya. Gayunpaman, natutuwa rin ako na ngayon ay mayroon akong mas maraming oras upang sumulat ng aking mga aklat.*

Tulad ng makikita mo, natutunaw ko ang pagtatapos ng aking relasyon gamit ang dobleng mga pana. Naging malinaw sa akin na habang ako ay naglalakad paurong noong kasama ko siya, maaari pa rin akong magpatuloy dahil hindi na ako kasama niya. Ang mga dobleng pana na ito ay nagbibigay sa akin ng pagkakataon tuwing umaga. Magpapakabahala ba ako sa sarili o bibigyan ko ang sarili ko ng pagkakataon na maghilom at magsulat muli? Pinili ko ang huli. Nagpatuloy ako, nag-focus sa sarili, nagtrabaho sa aking mga aklat, at muling lumabas. Sa huli, nakilala ko ang aking kasalukuyang kasosyo. Sinusuportahan niya ang aking trabaho at nagbibigay sa akin ng kalayaan upang tuparin ang aking mga pangarap.

Maaari kong sabihin na ang aking mga dobleng pana ay nag-uugnay sa akin mula sa aking mga pana na paurong patungo sa aking mga pana na papunta sa harap. Nakatulong ito sa akin na maghilom mula sa pighati, magtrabaho sa sarili, at maging isang mas mabuting tao. Ako rin ay naging ang kasosyo na nais kong magkaroon, na nagpapahiwatig na ito ang tamang panahon para sa akin upang maging kasama ang aking kasosyo.

Inaasahan ko na mahanap mo rin ang iyong paraan sa pamamagitan ng mga hamon at oportunidad sa pamamagitan ng pagbibigay ng kahulugan sa mga dobleng pana sa iyong buhay. Maaari mong gamitin ang aking LJMethod upang tulungan ang iyong sarili na maghilom, magpahinga, at magpatuloy. Walang masamang dulot sa pagsubok. Tinulungan ako ng journaling na maghilom mula sa sakit, at alam kong ang aking paraan ay maaaring makatulong sa iyo na magpatuloy at maging pinakamahusay na bersyon ng iyong sarili!

Bawasan ang Iyong Mga Pana

Sa ngayon, alam mo na kung paano gumagana ang Lucas Journaling Method o LJMethod. Ito ay isang simpleng at tuwid na paraan ng pagsusulat ng iyong mga kaisipan upang maiproseso ang iyong mga damdamin. Ginamit ko ang mga pana bilang pangunahing elemento ng disenyo ng sining ng visual balancing, na siyang pangunahing prinsipyo ng LJMethod. Sa pamamagitan ng paggamit ng mga pana, inalis ko ang takot na nauugnay sa isang blangkong pahina, dahil ang mga pana ay agad na nagpapakita sa iyo ng direksyon na tinatahak ng iyong mga damdamin. Ngayon, pag-uusapan ko sa iyo kung paano i-balance ang iyong mga pana, na isang malaking isyu sa isang napakabalanse na mundo.

Upang matulungan kang i-balance ang iyong mga pana, mahalagang tandaan na tayo ay nagsasalita dito sa terminong visualization. Dahil ang journaling ay isang napakavisuwal na sining, mahalaga na magtakda ka ng isang paraan upang malutas ang iyong sariling mga problema sa pamamagitan ng mga simbolo. Sa kasong ito, gagamitin natin ang mga pana. Ang isang pana na papunta sa harap → ay kumakatawan sa isang masayang damdamin, samantalang ang pana na papunta sa likod ← ay kumakatawan sa malungkot o galit na damdamin. Ang dobleng pana ↔ naman ay kumakatawan sa isang damdamin na maaaring positibo at negatibo sa sabay-sabay. Kapag pinagsama mo ang mga ito sa iyong journal entry, maipapakita nito sa iyo ang buod ng kung paano nagdaan ang iyong araw. Maipapakita rin nito ang daloy ng iyong mga damdamin, ang mga solusyon na iyong inilapat sa mga paliwanag na nakasulat sa tabi ng mga pana na iyon, at ang direksyon na tinatahak ng iyong buhay sa pamamagitan ng iyong mga pana.

Sa pamamagitan ng pagbabalanse, maaari kang maglagay ng isang pana na papunta sa harap matapos ang isang partikular na mabigat na pana na papunta sa likod. Kung mayroong paulit-ulit na pana na papunta sa likod, maaari mong hatiin ang iyong solusyon sa mga bahagi. Halimbawa, maaari kang magsulat ng pana na papunta sa likod na iyon araw-araw sa iyong journal hanggang maayos ito. Pagkatapos ng pana na papunta sa likod na iyon at ang kauugnay nitong paliwanag, maaari kang maglagay ng pana na papunta sa harap upang kumatawan kung aling bahagi ng solusyon ka na at kung ano ang nararamdaman mo tungkol sa progreso na iyong natamo. Maaari ka rin maglagay ng isang dobleng pana matapos iyon upang kumatawan sa iyong ginhawa na unti-unti nang nalulutas ang problema, samantalang nananatili itong bahagi ng iyong buhay. Hindi ito perpektong balanse, ngunit hindi bababa sa kinukuha mo ang mga kinakailangang hakbang upang magpatuloy. Ang direksyong ito ay maaaring literal na tinutukoy ang iyong mga aksyon batay sa solusyon sa buhay, pati na rin sa visual, batay sa iyong visual balancing system.

Tandaan, ang susi sa pagbabalanse ng iyong mga pana ay ang pagkakaroon ng solusyon sa iyong mga problema, negatibong damdamin, at emosyon. Maaaring walang solusyon para sa lahat, ngunit naniniwala ako na mayroon palaging susunod na hakbang. Isipin ang mga hakbang na maaari mong gawin kapag hinaharap mo ang isang problema. Kung wala mang nangyayari sa kasalukuyan, kumatawan ito ngayon sa pamamagitan ng isang dobleng pana. Baka bukas ay maging isang mas magandang araw upang makahanap ka ng solusyon na maaring kumatawan ng isang pana na papunta sa harap.

Maaaring hindi magkaroon ng perpektong balanse sa pagitan ng mga pana na papunta sa harap at sa likod, ngunit laging tungkol ito sa direksyon na iyong tinatahak upang magkaroon ng mga solusyon at progreso. Hanapin ang iyong balanse sa pamamagitan ng journaling ngayon!

Paano Piliin ang Iyong mga Labanan

Isang malaking bahagi ng Lucas Journaling Method o LJMethod ay ang pagpili ng iyong mga laban. Baka nagtataka ka kung ano ang kinalaman nito sa pagsusulat, ngunit sabihin ko sa iyo, may malaking kaugnayan ito. Ang pagpili ng iyong mga laban ay may kinalaman sa mga damdamin, pagkaalam, at pagpapatuloy. Tulad ng ating pinag-usapan sa mga naunang kabanata, ang ating layunin ay makamit ang visual balancing sa pamamagitan ng mga pana. At alam na natin ngayon na ang pagpapatakbo paurong ay kumakatawan sa isang pana na papunta sa harap →. Ito ang dahilan kung bakit ang pagpili ng iyong mga laban ay isang kasanayan na lalong magiging mahusay sa pamamagitan ng LJMethod, at maaaring iligtas pa nga ang iyong buhay.

Ibahagi ko sa iyo ang isang personal na halimbawa. Ilan taon na ang nakalipas, naranasan ko ang sakit na pagkawatak-watak sa pagitan ko at ng aking mga malalapit na kaibigan. Iniakusahan ako ng isa sa kanila ng isang bagay na hindi ko ginawa. Ito ay nagdulot sa akin ng kalungkutan na ang mga kaibigan ko ay pumanig sa isa't isa, at sa kabila ng maraming taon ng pagkakaibigan, naniniwala pa rin silang ako ay may kakayahang gumawa ng napakasamang bagay. Alam ko sa aking puso na ako ang tama, ngunit alam ko rin na ang pagiging depensibo at pagpapatunay ng aking kawalan ng sala ay magdudulot sa akin ng stress at pagkabalisa. Kaya, sa halip na ibuhos ang lahat ng aking pagkabigo sa kanila, tanging umalis na lamang ako. Bakit? Sapagkat pinahahalagahan ko ang aking kapanatagan ng isip at kalusugan ng isip nang higit pa. Alam ko na wala akong ginawang masama laban sa kanila, at ang panahon ang magpapatunay sa tunay na kuwento.

Ilang taon na ang nakalipas mula sa pangyayaring iyon, at ngayon ay malinaw na wala akong kinalaman sa kanilang mga akusasyon. Hindi na ako kailanman nakipag-usap sa kanila, at hindi rin sila kailanman sumubok na makipag-ugnayan sa akin. Natanto ko na dapat nating alisin ang ilang mga tao sa ating buhay. Dapat din nating hayaang ang panahon ang tulungan tayong magpatuloy at maghilom. At syempre, natutunan ko na sa pamamagitan ng pagpili ng aking mga laban, nagawa kong panatilihin ang aking dignidad at kapanatagan ng isip.

Nilutas ko ang mga saloobin at damdamin na ito sa pamamagitan ng journaling. Sa pamamagitan ng pag-aaplay ng sining ng visual balancing, kumatawan ako sa pagtataksil gamit ang isang pana na papunta sa likod ←. Ito ay isang paulit-ulit na entry sa aking journal sa loob ng halos isang taon. Nadama ko ang pagtataksil ng aking malalapit na kaibigan, at iyon ay masakit. Gayunpaman, tinitiyak ko rin na magsulat ng entry na may pana na papunta sa harap → tuwing ganito.

Maaaring ito ay kumakatawan sa pagbabasa ng isang self-help book, pagbili ng ice cream pagkatapos ng isang mahabang araw, o pagsasanay upang malampasan ang aking galit. Sa huli, kumakatawan ako sa pagkawala ng aking mga kaibigan gamit ang isang dobleng pana ↔. Masakit mawalan ng mga kaibigan, ngunit ito rin ay isang kaluwagan na ang maling mga tao ay layo na sa akin nang tuluyan. Ang mga entry na ito ay nasa aking journal ng ilang buwan, hanggang sa sa wakas ay malampasan ko na ang aking kalungkutan sa pangyayari.

Ngayon, nakatuon ako sa pagpapatuloy at pagsusulat ng higit pang mga pana na papunta sa harap sa aking journal. Sa katunayan, mas masaya ako ngayon sa aking mga bagong kaibigan at sa lahat ng mga hilig na nakatulong sa akin na maghilom mula sa nakalulungkot na pangyayari na iyon.

Sa pamamagitan ng pagpili ng iyong mga laban, iniiwasan mong mapunta sa isang walang kabuluhan na sitwasyon. Maaring gamitin mo ang iyong enerhiya upang malutas ang iba pang mga problema. Maari kang makasama ng ibang mga tao na tunay na nagmamalasakit sa iyo. Maaari kang magtuon sa iyong sarili sa halip na mabulid sa isang walang kwentang laban. Tandaan na ang LJMethod ay maaaring makatulong sa iyo na maisip ang mga saloobin na ito at magpatuloy sa iyong buhay. Ang kailangan mo lang gawin ay magpasya ng mabuti at hayaang gumaling ang iyong mga sugat sa pamamagitan ng paglipas ng panahon.

Ikaw ay may kakayahan na maging ang pana na papunta sa harap → na talagang ikaw. Huwag kang tumigil sa pagtitiwala sa iyong sarili!

Paano Mabuhay Kasama ang Iyong Mga Dobleng Pana

Ang mga dobleng pana sa Lucas Journaling Method o LJMethod ay mga pangyayari, emosyon, at damdaming parehong positibo at negatibo. Halimbawa, narito ang ilan sa aking mga entry na may dobleng pana ↔:

↔ *Naalala ko ang aking yumaong ama ngayon. Ang kalungkutan ay dumadating sa pinakakakaibang mga sandali. Sa simpleng pag-alala ko sa kanya habang tumutugtog ang isang kanta na gusto niya sa radyo, natuwa ako na wala na siyang nararamdamang sakit.*

↔ *Ang workout ko ngayon ay nakakapagod dahil mas mahaba ito kaysa sa aking karaniwang sets. Ngunit mas magaan ang pakiramdam ko pagkatapos ng sesyon at handa na akong harapin ang mundo!*

↔ *Nagkaroon ako ng malakas na kape ngayon sa bagong cafe malapit sa aking lugar. Ngunit nagdulot ito ng palpitations sa akin. Marahil dapat kong umorder ng isa sa kanilang mga inumin na iced coffee sa halip.*

Sa aking unang halimbawa, ibinahagi ko kung paano ang kalungkutan ay nagdulot sa akin ng lungkot, ngunit natutuwa rin ako na ang aking yumaong ama ay hindi na naghihirap sa kanser. Ang pangalawang halimbawa ko ay nagpapakita kung paano ako pagod dahil sa matinding workout, ngunit handa akong harapin ang araw. Samantala, ang aking pangatlong halimbawa ay nagpapakita ng isang karaniwang pangyayari sa aking buhay: malakas na kape na nagpapasaya sa akin, ngunit nagdudulot din ng palpitations. Ang mga dobleng pana na ito ay parehong positibo at negatibo, at nadarama ko na talagang nagpapaganda ito ng aking buhay. Halimbawa, ang malakas na tasa ng kape ay nagdulot sa akin ng pagkakasakit, ngunit ako ay nagising sapat upang maisulat ang kabanatang ito. Ang workout ay maaaring nakakapagod, ngunit nagpapakarami ito ng aking lakas. Sa huli, ang kalungkutan ay maaaring lumitaw sa pinakamalikhaing mga sandali, na maaaring ipaalaala sa akin na ang aking mga yumaong mahal sa buhay ay nasa mas magandang lugar na ngayon.

Ang mga dobleng pana na ito ay talagang nagtataguyod ng kung ano ang LJMethod: ang visual balancing. Gayunpaman, mas mahusay pa rin sa kabuuan na magkaroon ng mga pana na papunta sa harap na nagpapahangga sa buhay. Sa huli, ang kaligayahan ang layunin ng buhay.

Binabalanse ko ang aking mga dobleng pana sa pamamagitan ng pagpapaalala sa sarili na ang mga sandali sa buhay ay pansamantala at agad na lumilipas. Magkakaroon ako ng mga masayang at malungkot na mga sandali sa hinaharap, at iyon ay maayos lang. Ang isang nakakabagot na buhay ay binubuo ng pagkakapare-pareho. Mas interesado ako sa pagkamit ng isang balanse na gumagawa sa akin na pakiramdam na ako ay nabubuhay ng pinakamahusay na buhay, na nagbibigay-daan sa akin na ipasa ito sa mga taong nasa paligid ko. At ang pagbuo ng pinakamahusay na buhay ay nagpapaalala sa akin na ito ay dapat mabuhay ayon sa aking layunin, at hindi upang matugunan ang mga inaasahan ng ibang tao.

Maglaan ng oras upang suriin kung alin sa iyong mga entry ang mga dobleng pana, at kung paano nila ginagawang mas interesado ang buhay para sa iyo. Balansehin ang mga ito sa pamamagitan ng mga pana na papunta sa harap at sa likod na bahagi ng buhay. Sa dulo ng araw, ang visual balancing ay pagtingin sa kung paano mo nakakasalamuha ang iyong mga karanasan at kung paano ka nila naaapektuhan. Tandaan, ikaw ang nangunguna sa iyong buhay. Ito ay lubos na tungkulin mo. Ang LJMethod ay isang kasangkapan lamang upang magbigay sa iyo ng kamalayan kung paano maibalanseng ang mga sandali sa isang biswal na paraan.

Paano Tumigil Magpahalaga sa Kung Ano ang Iniisip ng Iba

Kailangan mong tandaan na ang journaling ay isang napakahalagang personal na aktibidad. Ang iyong journal ay para lamang sa iyo. Hindi ito dapat basahin ng ibang tao, at ito ay iyong espasyo ng kaligtasan. Kapag nalaman mo na ito ay iyong lugar para ilabas ang iyong mga kaisipan at biswal na i-representa ang mga ito gamit ang mga pana, hindi ka na mag-aalala sa kung ano ang iniisip ng iba tungkol sa iyo. Ang iyong journal ay walang kinalaman sa sinuman maliban sa iyo.

Mayroon nang sapat na kumplikasyon at kawalang-katiyakan sa mundong ito. Gawin mong ang iyong journal ay isang bagay na madaling lapitan at maging tapat ka rito. Huwag magpahalaga sa kung ano ang iniisip ng iba.

Ang mga desisyon mo ay batay sa iyong sariling mga pagpili. Kung ang mga tao ay nagpapahayag ng kanilang mga opinyon, tandaan na ito ay mga opinyon lamang. Hindi ito kinakailangang mga katotohanan. Piliin ang mga katotohanang sumasalamin sa iyong katotohanan, at itangi ang mga ito. Ipagpatuloy ang iyong tunay na pagkatao. Labanan ang mga bagay na pinaniniwalaan mo. Manatiling tapat sa iyong sarili. Itigil ang pag-aalala sa kung ano ang iniisip ng iba tungkol sa iyo.

Ang paraan ng pagsusulat mo sa iyong journal ay walang kinalaman sa mga opinyon ng iba. Ang paraan ng pagre-representa ng iyong mga kaisipan gamit ang mga pana ay walang kinalaman sa kawalan ng pagkaayon ng ibang tao. Sinasabi nila ang mga bagay na iyon upang saktan ka at ibaba ka. Tandaan ang iyong mga pana na papunta sa harap →, at alamin na ang mga ito ay nagtuturo sa iyo na lumayo mula sa mga taong walang magandang sinasabi tungkol sa iyo.

Tandaan na ang mga pana na papunta sa harap → ay sumisimbolo ng iyong pag-iisip tungo sa kinabukasan at sa direksyon na iyong tinatahak patungo sa iyong mga pangarap. Itigil ang pag-aalala sa kung ano ang iniisip o sinasabi ng iba tungkol sa iyong mga pangarap. Ito ay iyong mga pangarap. Ito ay iyong buhay. Dapat silang magtulungan sa kanilang sariling mga bagay.

Ang pagsusulat sa iyong journal ay dapat na nakapagpapagaling. Dapat mong itigil ang pag-iisip na mayroong isang tao na nangungulit sa iyo para hatulan ka. Walang nagha-hatol sa iyo. Itigil ang pag-aalala sa mga taong humahatol sa iyo.

Kapag tila marami kang mga pana na papunta sa likod ← sa iyong mga entry, subukan mong sumulat ng ilang mga pana na papunta sa harap → dahil mayroon palaging isang positibong pangyayari na nangyayari sa iyo. At marahil, maaari mong suriin kung ang ilan sa iyong mga pana na papunta sa likod ← ay talagang mga dobleng pana ↔ matapos ang lahat.

Ang iyong journal, ang iyong mga tuntunin, ang iyong mga pana →←↔, ang iyong mga laban, mga target, mga tagumpay, at mga selebrasyon. Dapat mong itaguyod ang pagkakatupad ng iyong mga pangarap sa halip na mag-alala sa kung ano ang iniisip ng iba. Ang mga inaasahan nila ay walang batayan.

Ginawa ko ang Lucas Journaling Method o LJMethod upang gawin ang iyong journal bilang isang espasyong ligtas. Huwag isipin na kailangan mong matugunan ang mga inaasahan ng ibang tao upang magsulat tungkol sa iyong buhay. Ang iyong sariling mga kuwento ang gumagawa ng iyong buhay na natatangi, kawili-wili, at masaya. Ang iyong mga hamon ay oportunidad na nauukol lamang sa iyo. Ang iyong mga tagumpay ay patunay ng iyong sipag at husay. Ang simpleng katotohanan na sumusulat ka sa iyong journal ay patunay na ikaw ay gumagawa ng mga pagsisikap upang mapabuti ang iyong sarili at gawing mas maganda ang iyong buhay. Hindi ito tungkol sa kanila, sapagkat ito ay laging tungkol sa iyo.

Ang iyong buhay, ang iyong mga tuntunin. Ang iyong mga pana →←↔, ang iyong direksyon. Patuloy na magsulat lamang.

Paano Alisin ang mga Toxic na Tao

Ang paglaki ay bahagi ng pagpapakawala sa mga taong hindi sumusuporta sa iyo. Hindi madaling gawin ito, lalo na kung noon ay mataas ang tingin mo sa kanila. Gayunpaman, kailangan mong palayain sila dahil sila ay nakasasama sa iyo. Pinili nilang magsabi ng masasakit na bagay, at ito ay hindi maayos. Ngunit swerte ka, dahil ang journaling ay makakatulong sa iyo na mag-focus sa pag-alis ng mga toxic na tao sa iyong buhay. Ibabahagi ko sa iyo kung paano ko ito nagawa.

Kailangan ko ng isang sistema na magtutulong sa akin na mag-focus sa pagpapakawala ng mga taong mahirap at malupit. Ginamit ko ang Lucas Journaling Method o LJMethod upang maalalahanan ang sarili ko kung paano ako tinratuhan ng mga taong ito, at kung bakit dapat silang wala sa aking buhay. Ini-lista ko ang kanilang mga toxic na katangian at mga pahayag kasama ang mga backward pana ←, pagkatapos isinulat ko ang mga dahilan kung bakit pinili ko ang sarili ko kasama ang mga forward pana →. Pagkatapos, isinulat ko na ang pagpapakawala ay isang kailangang gawin kasama ang isang double pana ↔. Ito ay dahil malungkot na alisin ang mga tao sa aking buhay, ngunit ako rin ay masaya na makita ang sarili kong umunlad nang wala sila. Ginagawa ko ito hanggang sa napagtanto ko na kaya kong magpatuloy nang wala sila, at na ako ay may kakayahan na magsimula muli.

Ang mga toxic na tao ay walang ibang layunin kundi makita kang mabigo. Hindi nila nais na magtagumpay ka o maging maligaya. Sila ay masaya kapag nakikitang nawawala mo ang lahat, at hindi nila maunawaan ang halaga ng iyong pagsisikap. Ang pagpapakawala sa kanila ay makakatulong sa iyo na magtagumpay sa malayong panahon. Hindi lamang mas magkakaroon ka ng mas maraming oras upang lumikha ng nilalaman, ngunit makakapagtuon ka rin sa iyong trabaho nang hindi naririnig ang kanilang hindi kailangang mga pahayag. Makakakilala ka rin ng mas mabubuting tao na maaaring maging bahagi ng iyong buhay. Hindi mo kailangang manatili sa mga taong hindi nagtatanggol sa iyo.

Tandaan, ang journaling ay isang kasangkapan lamang upang matulungan kang alisin ang mga toxic na tao. Sa huli, nasa iyo pa rin ang desisyon na palayain sila at patuloy na mabuhay nang wala sa kanila. Itigil ang pag-iisip na may obligasyon kang palugdan at intindihin sila. Hindi mo kailangang gawin ito. Sa halip, dapat mong pagtuunan ng pansin ang iyong sarili at ang iyong trabaho. Ipalaya sila ngayon, at umalis na may buong dangal.

Sundan ang mga forward pana → at hayaang ito ay humantong sa iyo palayo sa mga taong masama sa iyo. Mananatiling masama sila, ngunit hindi mo kailangang manatili sa kanila. Palaging piliin ang iyong sarili at patuloy na magpatuloy.

Paano Piliin ang Sarili

Bumuo ako ng Lucas Journaling Method o LJMethod dahil gusto ko ng mas madaling paraan para mag-journal at ipahayag ang aking sarili. Para sa akin, ang journaling ay isang pagpapahayag ng aking pagpili na ilagay ang sarili ko sa unahan. Gayunpaman, hindi palaging madali na piliin ang sarili. Noon, naramdaman ko ang pagkakasala kapag ipinagpaliban ko ang aking sarili. Ngunit habang nagtatagal at lumalaki ako, natanto ko na ang pagpili sa sarili ay isang aktong pagmamahal sa sarili. Mula noon, laging nasa unahan ang aking sariling kagalingan. At siyempre, siguraduhin kong mag-journal upang maipantay ang aking pag-unlad at makapagpahinga pagkatapos ng bawat mahabang araw.

Dahil gusto kong maipantay ang aking pag-unlad, binuo ko ang LJMethod upang agad na makita ang pag-usad ng aking mga damdamin sa isang tingin. Ang mga forward pana →, backward pana ←, at double pana ↔ ay naging mga visual cues ko patungkol sa aking mga kaisipan, damdamin, at emosyon. Bago ko binuo ang LJMethod, kung minsan ay nadarama ko na ang journaling ay isang gawain lamang dahil para sa akin, dapat kong punuin ang isang blangkong pahina. Tinanggal ng aking journaling method na ito ang panghihinayang na iyon, dahil kahit na sumulat ako ng tatlong pana at ang mga kaugnay na pagsipi, nag-journal na ako para sa araw na iyon.

Mahalaga sa akin na ang aking journaling method ay tumulong sa akin sa mga mahihirap na panahon. Alam ko na ang aking mga backward pana ← ay pansamantala lamang, kaya't nagtrabaho ako upang makahanap ng mga solusyon na siyang naging aking mga forward pana →. Ginawa ko ito sa pamamagitan ng pagpasya na palakasin ang aking sarili, humanap ng mga solusyon sa aking mga problema, at magkaroon ng tamang pananaw. Ang pagtingin sa aking mga nakaayos na kaisipan gamit ang mga pana ay nagbibigay-sigla sa akin na humanap ng mga solusyon sa halip na magpokus sa lahat ng negatibo. Lubos akong natutuwa na pinagtuloy ko ang pagtulak sa aking sarili na magpatuloy sa pag-usad.

Ang visual balancing ay hindi tungkol sa haba ng mga journaling entries. Ito ay tungkol sa pagsipot upang mag-journal at ipahayag sa iyong sarili kung ano ang iyong nararamdaman. Ito ay tungkol sa mabilis na pagpapahayag sa iyong sarili kung paano ang iyong araw. At ito ay tungkol sa pagpili sa sarili dahil alam mong ang iyong kwento ay may halaga at dapat sulatin.

Napansin ko na pagkatapos ng mga taon ng journaling at paggamit ng LJMethod, mas madali na sa akin na mag-journal tungkol sa aking tunay na sarili. Noong una, sinusulat ko ang mga journal entries ko na parang mga artikulo na naglalaman ng maraming pahina. Ngayon, masaya ako kahit na mayroon akong tatlong pana o sampung pana sa isang araw. Hindi ito tungkol sa dami ng mga naisulat kong mga kaisipan. Sa halip, ito ay tungkol sa katotohanan na nagpakita ako para sa aking sarili.

Ang pagpili sa sarili ay mahalaga sapagkat magbibigay ito sa iyo ng pakiramdam ng pagpapahalaga at pagmamahal sa sarili. Kapag pinili mo ang sarili mo, binibigyan mo ang sarili mo ng pagkakataon na maranasan ang self-love at self-acceptance. Binubuksan mo ang iyong potensyal sa pamamagitan ng araw-araw na pag-journal. At kapag natagpuan mo ang iyong sarili sa mga pahina, magiging excited ka sa paggawa ng mas marami sa mga bagay na iyong minamahal, pinahahalagahan, at itinatangi. Ang self-love ang susi sa pag-abot ng iyong mga pangarap at mga layunin.

Ang journaling ay simula lamang, magpakita para sa iyong sarili. Piliin na maglaan ng oras para sa iyong sarili. Piliin na bigyan ng prayoridad ang iyong sarili. Piliin ang isang pananaw na nakatuon sa paglago. Piliin ang pagpapabuti araw-araw.

Piliin ang iyong sarili at paikutin ang iyong buhay. Hayaan mong ang aking journaling method ang magdala sa iyo sa mga panibagong simula at mas mataas na mga antas.

Paano Patawarin ang Sarili

Upang magpatuloy, kailangan mong patawarin ang iyong sarili. Ipinamahagi ko sa aking ibang mga aklat kung gaano kahirap para sa akin na patawarin ang sarili, at patuloy pa rin akong nagtatrabaho dito. Ang Lucas Journaling Method o LJMethod ay naging mahalagang tulong sa akin upang gawin ito, at masaya akong ibahagi kung paano ito nagbigay sa akin ng pakiramdam na karapat-dapat akong patawarin, araw-araw.

Ang unang bagay na ginawa ko ay ang pagsipot. Ang journaling ay isang araw-araw na gawain, kaya't pinaglaanan ko ng oras na sumulat sa aking journal, kahit gaano ako kabusy.

Hindi ako gumamit ng mamahaling mga notebook para sa layuning ito. Sa halip, pinili ko ang mga notebook na mabibili sa mga tindahan ng libro at kagamitan sa opisina. Ginamit ko rin ang mga gel pens na matagal ko nang ginagamit nang mabuti. Pinili ko ang mga notebook na nagbibigay-inspirasyon sa akin upang talagang magsulat, at hindi mag-alala na sayangin ang isang mamahaling notebook. Mas gusto ko rin ang mga pen na maluwag sa paggalaw sa papel, dahil ito ay nagpapantay sa daloy ng aking mga kaisipan.

Ang pangalawang hakbang ay ang paghahayag ng aking mga pagkakamali sa pamamagitan ng mga backward pana ←. Ito ay isang visual na pagsasalarawan na pangunahin para sa akin upang kilalanin na ang mga pagkakamali ay literal na humahadlang sa akin, dahil ito ay nagdadala sa akin sa isang backward na direksyon. Isinusulat ko ang aking mga pagkakamali sa tabi ng mga backward pana na ito, at magsisikap akong maging tapat sa aking sarili. Pagkatapos, isinusulat ko ang aking mga resolusyon sa pamamagitan ng isang forward pana → kung ito ay nagdadala sa akin sa direksyon ng aking kaligayahan at kasiyahan. Kung may halong lungkot ang aking pagkilos, tulad sa kaso ng pangungulila, ipinapakita ko iyon sa pamamagitan ng isang double pana ↔. Ang pangungulila ay isang panghabang proseso na nagpapalungkot sa akin, ngunit patuloy akong umaasam at naglalakbay sa aking buhay, kaya maaaring ipakita ito ng isang double pana ↔. Ang pinakamahalagang bagay ay na determinado akong magpatuloy sa harap.

Hindi ito tungkol sa aking mga pagkakamali, ngunit sa aking pagiging tapat at determinasyon na ituwid ang aking mga pagkakamali. Mahalaga rin na natututo ako mula sa aking mga pagkakamali, kaya't ini-representa ko ang mga aral at proseso na ginagawa ko upang matuto sa pamamagitan ng forward pana →. Matapos maging tapat sa aking sarili, natututo ako mula sa lahat ng aking nagawa. Naniniwala ako na ito ang tamang direksyon tungo sa aking paglago at pag-unlad bilang isang tao. Ito ang nagpapadama sa akin na ang journaling at pagpapabuti sa sarili ay talagang nagkakahalaga.

Ako ay naniniwala na ang self-acceptance ay isang mahalagang bahagi ng paglago ng sarili. Ang aking journaling method ay tumulong sa akin na gumawa ng maliliit na hakbang tungo sa pagpapatawad sa sarili. Sa pamamagitan ng pagsasalarawan ng aking mga pagkakamali at mga resolusyon gamit ang mga pana, pinapaunawa ko sa sarili ko na ang pagpapatuloy ay isang simpleng proseso. Ito ay hindi kumplikado kapag may isang proseso na nakikita ko mismo. At kapag ginagawa ko ang proseso ng pagpapatawad sa sarili, tinatanggap ko ang aking sarili para sa kung sino talaga ako. Ito ay nagbibigay-daan sa akin na lumago at maging isang mas mabuting tao.

Alam ko na may mahabang daan pa ako na dapat tahakin. Araw-araw akong nagjo-journal. Nagsisipag ako para sa sarili ko. Umaasa ako na ang LJMethod ay makatutulong sa iyo na maunawaan na ang visual balancing ay nagpapadali ng proseso ng pagpapatawad sa sarili sa isang formula na maaari mong makita, sundan, at gawin. Mayroon ka ng lahat ng kailangan mo upang magpatuloy. Kailangan mo lamang gawin ang kailangan mong gawin upang aktibong patawarin ang iyong sarili.

Paano Magpatibay sa Iyong Mga Paggalang

Naranasan ko na maraming hamon sa buhay ko, na nagpilit sa akin na repasuhin ang aking mga prinsipyo at mga halaga. Gayunpaman, pinili kong manatiling matatag sa aking mga paniniwala, at masasabi kong sulit ito sa dulo. Ang pagsusulat sa journal ay nakatulong sa akin na maunawaan ang aking mga damdamin, at alam ko na ang kasanayang ito ay tumulong sa akin na manatiling tapat sa aking mga halaga kahit ano pa ang mangyari.

Naranasan ko rin ang mga alitan sa aking personal na buhay na hindi ko kontrolado, at nadama ko ang aking kawalan ng kakayahan. Inilalarawan ko ang bawat frustrasyon sa pamamagitan ng isang pabaliktad na pana ←, pagkatapos ay inilalagay ko ang mga aksyon na maaari kong gawin upang magkaroon ng pagpapabuti. Inilalarawan ko ang bawat solusyon sa pamamagitan ng isang patusad na pana →. At dahil sa panahong iyon, malito pa rin ako tungkol sa mga alitang nararanasan ko, kaya inilalarawan ko ang bawat katanungang nararamdaman ko gamit ang dobleng pana ↔. Para sa akin, ang mga kaisipang nagdudulot ng kalituhan ay mga dobleng pana ↔ dahil alam ko kung ano ang nagkamali, pero tinatanong ko rin sa sarili ko kung paano ko sana maaring nagawa ito nang mas maayos. Ito ay nagbigay sa akin ng pagkakataon na suriin ang aking mga karanasan, pati na rin ang aking mga damdamin tungkol dito. Sa dulo, napagtanto ko na may mga taong masama lang talaga sa akin, at ako'y patuloy na nagbabago at nagpapabuti. Upang harapin ang aking mga kalaban, pinili kong magtuon sa sarili. Nagtrabaho ako upang magkaroon ng tamang pananaw at pag-iisip. Nag-ehersisyo ako upang maramdaman ang aking lakas araw-araw. Sumulat ako ng mga aklat na tumutulong sa sarili katulad nito. At inisip ko ang aking mga patusad na pana →, na nagpapahiwatig ng aking pag-iisip at direksyon sa buhay.

Ang buhay ay hindi perpekto, ngunit ang pagpapanatili sa aking mga halaga ay nagbibigay sa akin ng pagkakataon na maging mas malalim na tao sa gitna ng mga alitan. Hinaharap ko ang kalungkutan bilang isang panghabambuhay na paglalakbay, sa halip na sadyang iwaksi ito. Tinatanggap ko ang pagbabago, ngunit hindi ko kailanman nililimot ang mahalaga sa akin. At natutunan kong maging malambot, nang hindi binabago ang mga pangunahing paniniwala ko.

Pinili ko rin na magsulat sa journal araw-araw gamit ang Lucas Journaling Method o LJMethod. Ang teknikang visual balancing ay tumulong sa akin na makita ang aking mga halaga sa isang tingin, pati na rin ang aking proseso ng pag-iisip kapag ako'y nag-iisip tungkol sa aking mga halaga sa buhay. Madaling para sa akin na suriin ang aking sarili kahit sa abalang iskedyul. Hinahanap ko rin ang mga pagkakataon na maglingkod sa iba, tulad ng pagsusulat ng kapaki-pakinabang na nilalaman at pagboluntaryo sa mga adhikain na aking sinusuportahan. Ang mga halaga ay mahahalagang mga prinsipyo na nagpapabuti sa akin bilang isang tao, kahit na aminin kong malayo pa ako sa pagiging perpekto. Ang pinakamahalagang bahagi ng aking paglalakbay ay palaging handang mag-aral at magpabuti.

Alam ko na laging may mga masasamang araw. May mga sitwasyon na hindi ko kontrolado. May mga pagkakataon na mahirap na maging mas malalim na tao. Ngunit lubos kong kilala ang aking mga halaga, at araw-araw ko itong pinili. At sa tulong ng pananampalataya, sipag, at pagkaalam sa sarili, alam kong malalampasan ko ang bawat hamon na haharapin ko.

Manatili sa iyong mga halaga, at isulat ito sa pamamagitan ng mga pana na tuturuan ka tungkol sa mga ito. Patuloy na magpapabuti ang iyong buhay kung mag-focus ka sa mga bagay na nagpapadirekta sa iyo sa iyong tinatahak na direksyon.

Paano Maniwala sa Sarili

Isa sa mga benepisyo ng paglikha ng Lucas Journaling Method o LJMethod ay ang paniniwala ko sa sarili. Matapos ang mga taon ng pag-aalinlangan sa sarili, natagpuan ko rin ang simpleng solusyon sa mga sandaling iyon ng sakit na nagdudulot ng sariling pagwasak. Bagamat hindi ako isang sikolohista, ako mismo ay nagpatotoo sa kahusayan ng aking paraan ng pagsusulat sa journal. Nakaya kong sundan ang mga pattern ng aking sakit at emosyonal na paglalakbay sa pamamagitan ng pagsusulat sa journal. At naniniwala ako na magbibigay-daan din ito sa iyo upang magkaroon ng pananampalataya sa iyong sarili.

Ang lihim sa kahusayan ng LJMethod ay ang visual balancing na bahagi nito. Ang mga pana na ginagamit ko sa paraang ito ay agad na nagpapakita sa iyo ng pattern ng iyong pag-uugali. Kailangan kang maging lubos na tapat at bukas kapag sumusulat ka sa journal para maging epektibo ang paraang ito. Isulat ang lahat ng nangyari sa iyong araw, kasama na ang mga mahihirap na bahagi. Ilatag ang mga masayang sandali at damdamin gamit ang patusad na mga pana →, ang mga malungkot na sandali at damdamin gamit ang pabaliktad na mga pana ←, at ang mga damdaming nagdudulot ng kasiyahan at kalungkutan gamit ang mga dobleng pana ↔. Pagkatapos, isulat kung bakit ang mga entries na iyon ay nagpapadama sa iyo ng kasiyahan, kalungkutan, galit, pagkalungkot, o parehong kasiyahan at kalungkutan. Matapos sumulat ng mga entries para sa araw, tingnan ang iba pang mga journal entries mo. Mayroon bang maraming patusad na mga pana kumpara sa pabaliktad na mga pana? Aling mga pabaliktad na mga pana ang paulit-ulit? Ano ang kalagayan ng mga dobleng pana at paano mo sila maaaring gawing patusad na mga pana? Lagi ka bang patungo sa direksyon ng iyong mga patusad na pana? Maaaring sagutin ang mga tanong na ito sa pamamagitan ng isa pang journal entry, na maari mo ring hatiin gamit ang mga pana.

Ngayon, tingnan ang iyong mga entries. Makikita mo agad na natagumpayan mo ang maraming mga hamon. Nagawang makahanap ng kaligayahan sa iyong pang-araw-araw na buhay. Kaya mong gumawa ng matalinong mga desisyon. Kayang patawarin ang iyong sarili. Nakapag-proseso ka ng mga mahihirap na sitwasyon at emosyonal na mga roller coaster. Maglaan ka ng sandaling hangaan ang iyong lakas. Ngayon, hinihikayat kita na tunay na maniwala sa iyong sarili. Maniwala sa iyong sarili. Naging malayo ka na.

Gawing isang habit ang pagsusulat sa journal at hayaan mong gabayan ka ng LJMethod upang maniwala sa iyong sarili. Alam kong hindi ito madali sa simula, ngunit kung sumusulat ka araw-araw gamit ang aking paraan, magiging magaan at natural ito. Ako mismo ay nag-eenjoy sa pagsasagawa ng LJMethod bago matulog. Tumutulong ito sa akin na makatulog nang mas mahimbing, dahil alam kong naiproseso ko na ang mga damdamin at mga sandali ng araw.

Tandaan, hindi nagsisinungaling ang mga pana. Marami kang nagawang tama. Nagawa mong maiproseso ang iyong mga emosyon. Nagawa mong malampasan ang mga pagkabigo. Ginawa mong mga pagkakataon ang iyong mga hamon. Ngayon ay maaari mong maniwala sa iyong sarili dahil dapat kang maniwala sa iyong sarili. Karapat-dapat ka.

At kapag nawala ka ng pananampalataya sa iyong sarili, basahin lamang ang mga naunang entries sa iyong journal. Hanapin ang tapang sa mga panahong natutunan mo ang mahahalagang aral at pinagsumikapang umusad. Nakayanan mo iyon dahil sa iyong mga kasanayan, kakayahan, at pursigido.

Kaya mo ito. Kaya mong gawin. Magkaroon lamang ng pananampalataya sa iyong sarili.

Paano Bigyang-pansin ang Pag-usad Palayo

Ang journaling ay nakatulong sa akin na magpatuloy sa buhay sa loob ng mga taon. Ang pag-aaksyon ng pagsusulat sa isang ligtas na lugar ay nakatulong sa akin na malampasan ang mga kahirapan at hamon ng buhay. Nakaramdam ako ng gaan pagkatapos ibuhos ang aking damdamin sa aking journal, at masaya ako na nakatulong ito sa akin na gumaling sa loob ng mga taon. Kaya binuo ko ang Lucas Journaling Method o LJMethod upang mas madali ang proseso ng pagsusulat, at nakatulong ito sa akin na bigyang-prioridad ang pagpapanatili sa pag-usad sa kabila ng aking abaladong schedule.

Ang visual balancing principle ng LJMethod ay nagpapadali sa akin na maunawaan ang aking mga negatibong iniisip at emosyon sa isang tingin. Kapag nakakita ako ng aking mga backward pana ←, sinusuri ko ang aking mga forward pana → upang makita kung ginagawa ko ba ang sapat na hakbang upang gumaling at magpatuloy sa pag-usad. Sinusuri ko rin ang aking mga double pana ↔ dahil alam kong sa buhay, may mga sitwasyon na kahit masaya ay malungkot din. Sa pamamagitan ng pagtingin sa mga behavioral pattern ko na kinakatawan ng mga pana, alam ko kung paano mas epektibong harapin ang aking mga negatibong emosyon. Alam ko kung paano tulungan ang sarili ko upang mas maayos na makapagpatuloy. At sa pamamagitan ng pag-angkla sa aking mga forward pana at sa mga bagay na nagpapatuloy sa akin, alam ko na patuloy ang buhay habang sinusundan ko ang aking mga hilig. Pinili kong magpatuloy sa tamang direksyon.

Tinatanggihan kong magpakawala sa malungkot na alaala sapagkat hindi ito nakakatulong sa akin na magpatuloy. Alam kong may mga mahahalagang aral na maaaring matutuhan mula sa mga ito, kaya ginagamit ko ang aking journal upang isulat ang mga ito. Iniisip ko rin ng mga paraan upang mapabuti ang aking sarili sa pamamagitan ng pagkuha ng mga workshop at webinars na tutulong sa akin na mag-aral sa maikling panahon. Ako rin ay isang panghabang-buhay na mambabasa na lagi akong may dala na aklat o ereader. Naniniwala ako na ang pag-aaral ay pinakamahusay na paraan upang magpatuloy at ito rin ay isang nakalalakas na karanasan na magbubunga ng kapakinabangan sa akin sa mahabang panahon.

Sa ngayon, ang pangunahing layunin ko ay mai-publish ang aklat na ito. Naniniwala ako na ang journaling ay hindi pa lubusang kilalang kaugalian, lalo na ang uri ng journaling na aking itinataguyod. Nakita ko ang makapangyarihang epekto ng paggamit ng panulat at papel upang ilabas ang aking mga saloobin. Nasaksihan ko kung paano nagbago ang aking buhay nang ipatupad ko ang LJMethod. At dahil tayong lahat ay dumaan sa iba't ibang pagsubok, naniniwala ako na ang aking pamamaraan ng journaling ay maaaring magbago ng buhay at magiging instrumento sa pagkakaroon ng magagandang katangian ng marami.

Upang magpatuloy sa pag-usad, kailangan mong mag-focus sa iyong mga layunin. Hatagin ang mga ito sa mga kaya-gawin na bahagi. Isulat ang iyong mga forward pana →, at ipagdiwang ang iyong mga tagumpay. Isulat ang iyong mga backward pana ←, at isipin ang mga paraan upang mapaunlad. Pagkatapos, isulat ang iyong mga double pana ↔, at tingnan kung paano maaaring maging mga direksyon ng pag-usad.

Kapag nararamdaman mong malungkot, basahin ang iyong mga naunang journal entries. Tignan ang mga pana na iyon, at maging-inspire sa iyong mga forward pana →. Ikaw ay palaging isang may kakayahang lumaban. Patuloy na lumaban sa mabuting pakikibaka. Maaari kang magpatuloy at naniniwala ako sa iyo!

Paano Isulat ang Iyong Pangarap na Magkatotoo

Naaalala ko pa ang mga unang araw ko bilang isang manunulat. Noon, nagpapasa ako ng aking mga gawa sa iba't ibang publikasyon. Maraming beses akong tinanggihan, at iyon ay nakakapanghinayang. Ginamit ko ang panghihinayang na ito upang mapabuti ang aking pagsusulat at magkaroon ng mas matatag na pagkatao. Nag-enroll ako sa mga workshop sa pagsusulat at patuloy na nagpapasa ng aking mga gawa. Bago ko pa man namalayan, tinatanggap na ang aking mga gawa ng mga publikasyon. Ito ay aking labing-tatlong nalathalang aklat, at masasabi kong isinulat ko na ang aking pangarap na magkatotoo.

Nagsimula ang pagbuo sa aking sarili nang aminin ko na kailangan kong mapaunlad ang aking pagsusulat. Nais kong maging isang published author, kaya't araw-araw akong nagpraktis. Malaking tulong sa aking proseso ng pagsusulat ang journaling dahil dito ko natagpuan ang aking boses habang inilalabas ang aking mga damdamin sa papel. At nang ako ay nakapagambag sa mga antolohiya at maglabas ng aking sariling mga aklat, napagtanto ko na maaari ko pa ring mapaunlad ang aking proseso sa journaling. Sa panahong ito ipinanganak ang Lucas Journaling Method o LJMethod.

Upang isulat ang aking pangarap na magkatotoo, kailangan kong malaman kung ano ang aking mga pangarap sa unang lugar. Isinulat ko ang bawat pangarap sa tabi ng isang forward pana →. Pagkatapos, tinala ko ang bawat pagsubok sa tabi ng isang backward pana ←. Pagkatapos, tinala ko ang bawat pagkakataon sa pagsasanay at pagsusulat na akma sa aking pangangailangan sa tabi ng isang double pana ↔. Ang mga pagkakataon sa pag-aaral ay nagdulot ng kaligayahan at kalungkutan sa akin sapagkat nagpapakilig sa akin upang magsulat! Ang malungkot na bahagi ay kasama ang aking mga traumatic na karanasan sa pagtanggi sa nakaraan na kailangan kong malampasan. Kinikilala ko na ako ay patuloy pa rin na nagbabago, at ang pagtanggi na aking naranasan sa simula ng aking karera ay nagdulot sa akin ng pagsisikap upang mapahusay ang aking kasanayan. Kaya't itinutugma ko ang lahat ng aking mga pana at kumikilos ayon sa aking mga layunin.

Ulit-ulitin ko ang prosesong ito, hindi tumigil sa pagsusulat, at nag-aplay ng aking mga kasanayan. Ginawa ko ito hanggang mailathala ko ang aking unang aklat noong 2021, manalo ng aking unang parangal sa pagsusulat noong 2022, at mai-publish ang aklat na ito noong 2023. Patuloy pa rin akong gumagawa ng proseso na ito dahil may mga akda pa akong isusulat at mga gawain na gagawin. Patuloy akong nagtatrabaho sa aking sarili, at may mga pangarap pa akong dapat tuparin. Ang kaibahan lamang ngayon ay itinuturing ko na ang mga pangarap ko ay mga layunin ko na, sapagkat kumikilos ako upang tuparin ang mga ito.

Maging tapat sa iyong sarili kapag isinusulat mo ang iyong mga pangarap. Tandaan na ang iyong journal ay isang ligtas na espasyo upang i-visualize ang iyong mga pangarap. Walang ibang magbabasa ng iyong mga entries, at walang ibang huhusga sa iyo dahil sa malalaking pangarap mo. Susunod, hanapin ang mga paraan upang tuparin ang mga ito. Kung kailangan mong kumuha ng mga aralin upang mapalago ang iyong mga kasanayan, gawin ito. Huwag matakot humingi ng tulong mula sa mga eksperto na makakatulong at maggabay sa iyo. Makipag-usap sa mga kaibigan na iyong pinagkakatiwalaan at humingi ng kanilang tapat na payo. Tandaan na sa dulo ng araw, ito ay mga pangarap mo. Kung walang ibang tutulong at susuporta sa iyo, handa ka bang maging numero unong tagahanga at tagasuporta mo? Alam ko ito nang personal dahil hindi ako nakakuha ng maraming suporta noong ako'y nagsisimula pa lamang bilang isang manunulat. Ito ay nangyari lamang nang ako'y magkapublished na. Bahagi ito ng kalikasan ng tao na magsalita sa mga taong nakamit na ang kanilang mga layunin. Huwag mong personalin. Mangarap nang malaki, mag-journal, at gawin ang gawain. Kaya mo iyon!

Ang "pangarap na magkatotoo" mo ay hindi isang solong sandali kapag natupad mo na ang lahat ng iyong mga layunin. Ito ay isang proseso ng pagkilala sa kung ano ang iyong nais, pagbuo sa iyong sarili, at pagiging matatag. Huwag balewalain ang paglalakbay, at tiwala sa proseso. Payuhan ka ng iyong mga forward pana na patnubayan ka sa pamumuhay ng buhay na palaging nais mo para sa iyong sarili!

Paano Mag-Journal na may Layunin

Ang journaling ay naging isang ritwal na nagliligtas ng buhay para sa akin. May mga araw na hindi ako nagkaroon ng lakas ng loob na makipag-usap sa iba tungkol sa aking mga hamon, ngunit nagkaroon ako ng boses sa aking journal. Sa pamamagitan ng aking disiplina at pagkakasanay na magsulat araw-araw, natutunan ko kung paano mag-journal na may layunin. Ito ay tumulong sa akin na lumago, at sigurado ako na ito rin ay magiging kapaki-pakinabang sa iyo sa inyong buhay.

Simula ako sa paglalaan ng oras upang magsulat. Hindi ako sumusulat habang nanonood ng pelikula o nakikinig sa musika, dahil mas gusto kong mag-focus sa aking journal. Kapag nasa kumportableng posisyon na ako para magsulat, na may sapat na liwanag, ibinubuhos ko ang aking mga damdamin sa papel. Hindi ako sumusulat para impresuhin ang iba, sapagkat ginagawa ko ito para sa aking sarili. Hindi ko rin iniisip kung ano ang iniisip ng iba tungkol sa akin, sapagkat ang aking journal ay aking sariling ligtas na espasyo. Walang sinumang magbibigay ng pagsusuri sa aking pagsusulat. Sinusulat ko nang may layunin para sa aking sariling paggaling at pag-unlad.

Noong una, iniisip ko na ang journaling ay isang libangan para lamang sa mga taong alam na ang gusto nilang gawin sa buhay. Nagkamali ako, sapagkat walang sinuman ang ganap na alam kung ano ang gusto niyang gawin sa buhay. Mayroong napakaraming landas sa mundong ito, at ang journaling ay isang paraan lamang upang gawing mas malalim at may layunin ang paglalakbay. Tumutulong ito sa paggabay sa iyo patungo sa direksyon na nais mong tahakin, lalo na sa pamamagitan ng visual balancing na bahagi nito. Kapag nakikita mo ang mga pana sa iyong journal, naalala mo ang iyong mga layunin, ang mga pagsubok na iyong nalampasan, at ang mga hamong nagdulot sa iyo ng paglago. Gamitin ito bilang gabay sa iyong pagsisikap na mabuhay ng may layunin. Ang iyong sariling mga salita ay maaaring maging kompas, at ang iyong sariling mga karanasan ang magiging guro mo.

Kung hindi mo alam kung ano ang isusulat, magsimula sa simpleng hangarin na magsulat. Ang iyong pagnanais na isulat ang iyong mga damdamin sa tabi ng iyong mga pana ay tutulong sa iyo upang magsimulang mag-journal. Tandaan, ang Lucas Journaling Method o LJMethod ay gumagamit ng mga pana upang maisaayos ang iyong pagsusulat. Gamitin ang pamamaraang ito upang maipatayo ang isang pang-araw-araw na gawi sa pagsusulat. Hindi ito tungkol sa haba ng iyong mga journal entries. Sa halip, ito ay tungkol sa karanasan ng pagsusulat at ang halaga na nilikha ng iyong journaling habit na nakaaapekto sa iyong pagsusulat.

Malaman na kapag ikaw ay nabulag sa pagsusulat, may laging paraan upang magpatuloy at umusad sa iyong pagsusulat. Magkaroon ng layuning magsulat anuman ang mangyari. Magkaroon ng tapang na maging tapat sa iyong sarili habang sumusulat. Minsan, maaaring mahirap kang magsulat dahil sa pinagdadaanan mo. I-representa ang karanasang iyon sa pamamagitan ng mga pana, at sukatin ito sa pagsusulat. Baka ikaw ay magulat na gaano kadali magsulat ng iyong tunay na nararamdaman.

Ang pagiging isang manunulat na may layunin ay nagsisimula sa pagnanais at determinasyon na magsulat. Lumikha ng sarili mong journaling habit gamit ang LJMethod, at masdan ang iyong sarili na lumago hindi lamang bilang isang manunulat, kundi bilang isang higit na kuntentong indibidwal.

Paano Mabuhay na Kasama ang Iyong Mga Backward Pana

Ginamit ko ang journaling bilang isang kasangkapan upang malampasan ang mga hamon, at patuloy itong tumutulong sa akin na maunawaan ang aking mga damdamin. Ang aking buhay ay hindi perpekto, at tulad ng lahat, mayroon din akong mga sariling mga problema at hadlang. Ang Lucas Journaling Method o LJMethod ay nagbigay sa akin ng pagkakataon na hatiin ang mga problema ko sa mga solvable na bahagi, at kinakatawan ko ang mga ito gamit ang backward pana ←. Natutunan kong mabuhay kasama ang mga ito sa pamamagitan ng patuloy na pagsusulat sa journal at pagkuha ng mga kinakailangang hakbang upang gawing mga oportunidad ang mga pagkakabigo.

Isa sa mga pinakamalaking hamon ko ay ang pagkakaroon ng pagdadalamhati. Sa mga nagdaang taon, nawalan ako ng ilang minamahal sa buhay, at inakala ko na ang pagdadalamhati ay pansamantalang bagay lamang. Natanto at natutuhan ko mula sa mga aklat na nabasa ko na ang pagdadalamhati ay isang buhay-habang proseso. Sa aking journal, kinakatawan ko ang pagdadalamhati gamit ang double pana ↔

sapagkat namimiss ko ang aking mga minamahal, ngunit masaya rin ako na sila ay hindi na nasa kirot ng sakit. Kasama ng pagdadalamhati ay ilang backward pana ← tulad ng mga gawain na kaugnay ng pagpanaw ng aking minamahal, hindi kanais-nais na mga komento mula sa mga walang pakiramdam na tao, at ang katotohanang ako ay nag-iisa. Nang isulat ko ang mga ito sa aking journal, sinundan ko ito ng forward pana → na kumakatawan sa ilang positibong mga saloobin. Ilan sa mga pinakamagagandang bagay na nangyari habang ako'y nagdadalamhati ay ang pagtanggap ng mga care package, ang pagiging volunteer upang maglingkod sa mga batang lansangan, ang pagkakatapos ng isang aklat, at ang pag-eensayo. Ang mga bagay na ito ang nagpapatuloy sa akin at patuloy pa rin nilang ginagawa iyon.

Tuwing nadarama ko ang sobrang pagod, simpleng journaling ang aking ginagawa. Sa karamihan ng pagkakataon, ang nadaramang pagod ay maaaring malutas sa pamamagitan ng paghihiwalay ng mga sanhi nito. Ang pagsusulat ng aking mga problema sa tabi ng backward pana ← ay nagpapagising sa akin na ang mga ito ay mga direksyon lamang na kailangan kong tahakin. Gayunpaman, hindi ibig sabihin na ako ay patuloy na susunod sa direksyong ito. Kaya't mayroon akong forward pana → upang ibalik ako sa tamang direksyon. Nasa sa akin ang responsibilidad na patnubayan ang aking sarili patungo sa aking destinasyon, na alam kong hindi maabot ng walang ilang mga pagkabigo sa daan.

Ang pagsusulat tungkol sa aking mga backward pana ← araw-araw ay nagtrain sa aking isip na maunawaan na ang mga hamon ay pansamantalang mga sitwasyon lamang. Ang pinakamahalaga ay na nalalampasan ko ang mga ito sa pamamagitan ng aking sariling kasanayan at determinasyon. Nasa akin ang kakayahan na gawing mga oportunidad ang aking mga pagkabigo upang maging malikhain at mag-isip sa ibang paraan. At siyempre, hindi mali ang humingi ng tulong. Hindi kailanman huli upang matuto ng bagong bagay upang subukan ang iba't ibang pamamaraan. At hindi mali na magsimula muli, tulad ng pag-uumpisa ko sa bawat journal entry na may bagong pana at pananaw.

Inaasahan ko na ang anumang pinagdadaanan mo ay maaaring malutas sa pamamagitan ng mga solusyon na nasa iyong harapan. Alam ko na ang journaling ay maaaring gabay sa iyo patungo sa iyong mga layunin, upang matupad mo ang iyong mga pangarap. Ang backward pana ← ay bahagi ng buhay ng bawat isa. Gamitin ang mga ito upang matuto ng mahahalagang aral at humingi ng tulong sa tamang mga tao kung kinakailangan. Kaya mo ito!

Paano Baguhin ang Iyong Direksyon sa Pamamagitan ng Journaling

May maraming paraan upang malampasan ang mga hamon. Ang paborito kong paraan ay sa pamamagitan ng journaling sapagkat agad kong natutulungan ang aking sarili. Walang pressure na magustuhan ng iba sa journaling dahil ginagawa mo ito para sa iyong sarili lamang. Walang tema kapag naglalabas ka ng iyong mga damdamin maliban sa iyong sarili. At walang ibang paraan ng pag-journal kundi maging ganap na tapat ka sa iyong sarili.

Noong una akong magsimulang mag-journal, takot ako na baka ikahiya ang aking sarili. Marami akong pinagdadaanan noon, hanggang sa natanto kong walang mali doon. Walang espesyal sa pagdaraan sa mga hamon. Lahat tayo ay may mga sariling hamon. Ako ay mayroon dahil ito ay bahagi ng buhay. Nasa sa akin kung aling direksyon ang pipiliin ko.

Ang Lucas Journaling Method o LJMethod ay tutulong sa iyo na baguhin ang iyong direksyon sa pamamagitan ng aking visual balancing technique. Dahil ginagamit ko ang mga pana upang kumatawan sa iyong mga damdamin, agad mong makikita kung gaano ka nagbabago. Kung kailangan mong baguhin ang iyong landas, kailangan mo lamang isulat ang iyong mga double pana ↔ at iyong mga forward pana →. Tandaan, karamihan sa atin ay mga taong biswal. Natututo at nauunawaan natin ang impormasyon sa pamamagitan ng pagtingin at pagbasa. Kapag nakakakita tayo ng mga backward pana ← nang sunud-sunod, dapat nating tandaan na maaari tayong pumili na baguhin ang ating direksyon. Nasa sa atin ang pagsulat ng iba't ibang mga pana upang mabago ang ating direksyon nang mas maganda.

Lahat tayo ay may kalayaan upang pumili ng ating sariling direksyon. May kakayahang magdesisyon para sa ating sarili. Ang journaling at ang LJMethod ay simpleng mga kasangkapan na maaaring makatulong at gabayan sa iyo. Sa dulo ng araw, ang iyong buhay ay pa rin ang iyong paglalakbay, at ikaw ang nasa kapangyarihan nito.

Kung pakiramdam mo na kailangan mong magkaroon ng mga pagbabago sa iyong buhay, magsimula sa pagsulat ng ilang bagay na maaari mong gawin sa tabi ng mga forward pana →. Ang pinakamahalagang bahagi ng prosesong ito ay ang iyong pangako na magpatupad ng mga pagbabagong ito sa pamamagitan ng pagkuha ng mga kinakailangang hakbang upang gawin ang mga ito. Mayroong mga maliliit na hakbang na maaari mong gawin upang makamit ang iyong mga layunin. Maaari kang magsimula nang kaunti, at ang epekto ay magiging malaki pa rin. Ang kailangan mo lamang gawin ay subukan.

Napansin ko na kapag patuloy akong sumusunod sa LJMethod, naging kaakibat ko ang aking sarili sa pagkakaroon ng pananagutan. Excited akong isakatuparan ang aking mga pagbabago dahil isinulat ko ang mga ito sa aking journal. May kakaibang himala sa pagsusulat ng iyong mga plano sa pamamagitan ng kamay. Ito ay nagpapanatili sa iyo na mas nakatuon at motivated na maabot ang iyong mga layunin. Malalasap mo rin ang iyong pangako sa iyong sarili dahil maaari mong mabasa muli ang mga entry sa iyong journal. Nakadokumento sa iyong journal ang iyong paglalakbay, at ipinapakita ng mga pana na isinusulat mo ang iyong direksyon. Ang iyong mga pagsisikap ang nagpapakatotoo ng mga plano na ito. Ikaw ang gumagawa nito para sa iyong sarili. At dapat kang ipagmalaki sa iyong sarili.

Maaari mong baguhin ang iyong sariling direksyon sa pamamagitan ng journaling. Hindi kailanman huli na magbago, at walang anumang pagsisikap ang nasasayang. Patuloy ka lang!

Paano Manalo at Patuloy na Umuusad

Sa pag-aakda ko ng kabanatang ito, natutuwa ako sa tunog ng ulan sa labas habang iniinom ang aking kape. Maligaya ako dahil nagagawa kong gawin ang mga bagay na aking iniibig, tulad ng pagiging isang nailathalang may-akda. Natutuwa rin ako sa panonood ng mga pelikula at pagbabasa ng mga aklat matapos matapos ang aking trabaho. Ang mga maliit na tagumpay na ito ay hindi magiging posible kung hindi dahil sa aking dedikasyon sa aking gawain at ang pagkamalay sa aking mga layunin. Ang journaling ay tumulong sa akin na manatiling nakatuon sa aking mga layunin, at aking ginawa ang mga ito sa pamamagitan ng hirap na gawain at determinasyon.

Tandaan na ang journaling ay isang simpleng kasangkapan upang matulungan kang maabot ang iyong mga layunin. Kailangan mo pa rin magtrabaho nang mabuti at magkamali. Kailangan mong maglaan ng iyong oras upang tuparin ang iyong mga layunin. Kailangan mong mag-alay at iwanan ang ilang tao sa iyong buhay. Mahalaga rin na magtatag ka ng mga rutina upang gawing mas madali at kaya ang iyong mga gawain. Sa huli, kailangan mong manatiling nasa tamang landas. Kung natagpuan mo ang iyong sarili na nawawala, laging alalahanin na may kakayahan kang magbago ng direksyon.

Ang Lucas Journaling Method o LJMethod ay isang araw-araw na paalala kung saan ako patungo, pati na rin kung saan ako nanggaling. Ang kahalagahan ng patuloy na umuusad ay binibigyang-diin ng aking mga pana, na siyang batayang haligi ng aking visual balancing technique. Ikaw ang may responsibilidad sa iyong buhay dahil ikaw ang nasa kapangyarihan ng iyong direksyon. Ang buhay ay puno ng mga kurbada at pagbabago na hindi maiiwasan. Ang iyong journal ay magiging gabay mo sa iyong buhay habang nililinaw mo ang iyong mga layunin. Kapag naabot mo ang iyong mga tunguhin, tandaan na ikaw ay patuloy na nagpapagaling. Ang iyong mga tagumpay ay naging posible lamang dahil hindi ka sumuko sa iyong sarili at sa iyong mga pangarap.

Inaasahan kong patuloy na patnubayan ka ng iyong mga pana sa tamang direksyon. Inaasahan kong patuloy kang magtrabaho nang mabuti at manatiling mapagpakumbaba. At sana'y patuloy kang magsulat ng iyong mga pangarap na matupad, habang hinahabol mo ang mga bituin habang nananatili ang iyong mga paa sa lupa.

Magpatuloy sa pag-usad →!

Tungkol sa May-Akda

Samantha Gail B. Lucas

Si Samantha Gail B. Lucas ay nagsimulang mag-blog sa kanyang website, www.speakoutsam.com, simula noong Mayo 2017. Mula noon, siya ay nakilahok sa ilang mga kumperensiya, workshop, at networking opportunities sa pamamagitan ng kanyang website. Regular niyang ibinabahagi ang kanyang mga paboritong lokal na natuklasan, mga pakikipagsapalaran sa pagkain, mga adhikasyon sa pamamagitan ng pagtulong, at mga media partnership. Siya ay nagtapos ng AB Humanities mula sa University of Asia and the Pacific. Ang Lucas Journaling Method ay ang kanyang ikasampung nailathalang aklat. Siya ngayon ay naninirahan sa Quezon City, Pilipinas.

www.ingramcontent.com/pod-product-compliance
Lightning Source LLC
LaVergne TN
LVHW041633070526
838199LV00052B/3333